Maligayang Pagdating

Kami ay natutuwa na nandito kayo. Bago tayo magsimula ng bagong sesyon na ito, gusto kong sabihin sa inyo na kayo ay napagdasalan. Walang pagkakataon na ikaw ay hindi kabilang sa pag-aaral natin.

Ang aking hiling ay simple: na ikaw ay lumapit sa Diyos araw araw at tayo ay magaral ng Santong mga Salita – at aking pinagdarasal na malubos ang iyong pagmamahal sa Diyos.

Araw araw bago mo basahin ang ating berso, hangad natin ang tulong ng Diyos na bigyan tayo ng pangunawa. Siya ang magsasalita sa atin. Tayo lang ang makikinig at susunod.

Basahin natin ang berso paulit – ulit tulad ng sabi sa mga Kawikaan 2:4

"Kung iyong hahanapin siya na parang pilak, at sasaliksikin mo siya na parang kayamanang na tatago."

Kami ay mapalad na ihandog kasama dito sa ating pagaaral;

- Mangangaral (libro o pampleto)
- Basahing Plano
- Linggo- Blog Posts (Lunes, Miyerkules at Biyernes)
- Linggo- Memorya Berso
- Linggo- Bideo (Lunes lang)
- Linggo-Layunin
- Online Komunidad: sa Facebook, Twitter, Instagram o LoveGodGreatly.com
- Hashtags: #LoveGodGreatly

Kaming lahat dito sa Love God Greatly ay hindi makapaghintay magsimula at magtapos. Aming hangad na tayo ay magtiis at huwag tumalikod hanggang sa katapusan. Tapusin natin ang ating sinimulan ngayon.

Samahan tayo sa expedisyon na ito, na sa ating buhay ay mahaling lubos.

Angela

Talaan Ng Nilalaman

Ating Komunidad

Ang grupo na "*Lubos na mahalin ang Diyos*" ay binubuo nang magagandang kababaihan sa komunidad na gustong malaman at magaral ng Salita ng Diyos.

Umpisahan ng Santong Salita pero hindi natatapos duon.

Marami nag sasama- sama sa ibat ibang bahay o sa online sila nagkikita at naguusap, meron din sa kanilang simbahan at marami din sa kabilang mundo kung saan konektado sila.

Ano man ang koneksiyon nila, sila ay nagmamahal sa isang layunin... para mahalin ang Diyos ng lubos.

Ngayon, sa araw na ito, pag tayo ay nag aaral ng Santong Kasulatan, kulang ang panghihikayat at suporta na maitutulong na mahalin ng lubos ang Diyos.

Tayo ay nandito sa komunidad natin na para matulungan natin ang isat isa sa pagaaral at tayo ay lumaki sa pagmamahal natin sa Santong Kasulatan. Dahil dito puwede mo bang tanungin ang kapwa na makipagaral sayo?

Ang kababahian natin, kailangan natin ang isat isa na makipagaral sa'yo.

Magtiwala ka na kami dito ay nagaaral at pinagdadasalan kayo at masayang masaya kami na kayo ay karamay na magaral pati. At pagtiwalaan niyo na ang ating Diyos ay masaya na gusto nating malaman kung paano tayo makakalapit sa kanya.

Sa ngayon, tawagan niyo ang kaibigan, ang kapatid at ang iba pang kamaganak at tayo tayo ay magaral, kahit saan, kumoekta tayo.

Kaya natin 'to.

Paano mag- SOAP

Gustong gusto namin ninyong malaman na napakasaya kami para sa inyo.

Ipinagmamalaki ka namin sa iyong pangako ... na magbasa ng Biblia araw araw at iaplay ito sa ating buhay – ang magandang buhay na binigay sa atin.

Bawat Kabanata mayroong laarawan sa bawat berso na binabasa natin. Itong laarawan ay makakatulong sa ating pagintindi ng mga berso na binabasa at malaman kung ano ang sinansabi sa atin ng Panginoon.

Dito sa *Love God Greatly*, ginagamit namin ang S.O.A.P. na paraan. Bago tayo magumpisa, tingnan natin kung ano itong S.O.A.P. at bakit namin ito ginagamit.

Bakit mag- S.O.A.P?

Oo at maganda na binabasa ang Biblia, pero masmaganda na makipag-ugnayan tayo. Makikita mo sa madaling panahon na merong mga Santong Kasulatan na hindi mo nakita nuon na nandyan na. Kasi itong paraan na S.O.A.P. ay tutulungan ka na magaral na mas malamin, makikita moa ng iyong dagdag kaalaman sa pagintindi sa Biblia. Kaya gusto naming ihandog sa inyo na gamatin itong S.O.A.P na paraan. Magugulat ka!

Ano ang ibig sabihin ng S.O.A.P.?

S- Banal na kaSulatan. Isulat ang mga berso na pinagaralan natin at makikita nyo na maykaibahang resulta. Maso-sorpesa ka sa makikita mong kagawan ng Diyos.

O- Mga Obserbasyon. Ano ang nakikita ninyo sa mga berso na binasa natin? Sino sino ang pinatutungkolan? Meron bang inuulit ulit na sinasabi? Meron bang salitang kapunapuna sa iyo?

A- Aplikasyon. Dito natin puwedeng i-aplay sa ating sarili. Ano ba ang sinasabi ng Diyos sa akin? Paano ko magagamit ito sa sarili kong buhay? Ano ang kailangan kong gawin?

P- Pagdasal – Ipagdasal ang Santong Kasulatan. Oras na ito upang magpasalamat sa lahat na ipinakikita niya sa atin gawa nang tayo ay nag- aaral nang Libro para sa mga Salita ng Diyos. Tanungin natin ang Panginoon kung meron tayong kasalanan na kailangan nating tanggapin, huwag kalimutan, na mahal tayo ng Diyos.

Paano mag- S.O.A.P? Ito ang halimbawa!

S- 5 Dahil sa pagasa na natataan para sa inyo sa langit, na nang una ay inyong narinig sa salita ng katotohanan ng evangelio, 6 Na ito'y dumating sa inyo; gayon din naman kung paano sa buong sanglibutan na namumunga at lumalaganap, gaya rin naman sa inyo, mula nang araw na inyong marinig at maalaman ang biyaya ng Dios sa katotohanan; 7 Ayon sa inyong natutuhan kay Epafras na aming minamahal na kasamang lingkod, na isang tapat na ministro ni Cristo, sa ganang atin; 8 Na siya rin namang sa amin ay nagbalita ng inyong pagibig sa Espiritu.

O-

- Pagka-hinalo moa ng pananampalataya at pagmamahal, merong pagasa.
- Ang pagasa natin ay nasa langit… sa dadating na panahon.
- Ang Santong Sulat - ay totoo.
- Ang Santong Sulat - ay buhay, mula sa umpisa hanggang sa dulo.
- Kaya ng isang tao na magbago… Epafras.

A- Ginamit ng Diyos si, Epafras, para maibago ang kanilang bayan! Napaalala sa akin na ang ating pananagutan ay sabihin sa iba ang estoria ng ating Panginoon at Siya ang maglalago. Yung mga berso na binasa natin ay sinasabi na ikalat natin sa lahat ang katotohanan ni Kristo, at siya ang bahala na magdagdag. Itong mga berso ay direkta sa LGG … "gayon din naman kung paano sa buong sanglibutan na namumunga at lumalaganap, gaya rin naman sa inyo, mula nang araw na inyong marinig at maalaman ang biyaya ng Dios sa katotohanan;

> *"Napakasaya pag nakita natin ang Santong Sulat - maging buhay at nagsasalita sa ating. Ang ating tugon ay mga kababaihan na nadito sa ating grupo ay maintindihan. "Ang Santong Sulat - ay hindi lang impormasyon, pati din sa ating pagbabagong- anyo."*

P- Panginoon, tulungan mo po akong maging Epafras – at sabihin sa iba ang iyong pagmamahal at Ikaw na lang ang magdagdag at magalaga. Tulungan mo po ako na maintindihan ko po ang mga berso na binabasa namin araw araw. Ang aking tugon ay maging malapit sa Iyo. Tulungan mo po akong may pagasa araw araw, araw araw ay maypanampalataya at pagmamahal sa kapwa. Tulungan mo akong maalala na may magandng dadating sa kinabukasan!

Ang importante dito sa ating pag-aaral ay ang ating pakikipag-unayan sa isa't isa, at ang ating Aplikasyon sa buhay natin.

Awit 1:2 Kundi ang kaniyang kasayahan ay nasa kautusan ng Panginoon; at sa kautusan niya nagbubulaybulay siya araw at gabi. 3 At siya'y magiging parang punong kahoy na itinanim sa siping ng mga agos ng tubig, na nagbubunga sa kaniyang kapanahunan, ang kaniyang dahon nama'y hindi malalanta; at anumang kaniyang gawin ay giginhawa.

Soap Basahing Plano

		Read	SOAP
LINNGO 1	Lunes	Mangangaral 1:1 - 6	Mangangaral 1:1 - 2
	Martes	Mangangaral 1:7 -11	Mangangaral 1:9-10
	Miyerkules	Mangangaral 1:12 - 18	Mangangaral 1:17 - 18
	Huwebes	Mangangaral 2:1 - 8	Mangangaral 2:1 - 2
	Biyernes	Mangangaral 2:9 - 11	Mangangaral 2:11
	Tugon		
LINNGO 2	Lunes	Mangangaral 2:12 - 17	Mangangaral 2:12 - 13
	Martes	Mangangaral 2:18 - 19	Mangangaral 2:18 - 19
	Miyerkules	Mangangaral 2:20 -23	Mangangaral 2:20 - 21
	Huwebes	Mangangaral 2:24 - 26	Mangangaral 2:24 - 25
	Biyernes	Mangangaral 3:1 -8	Mangangaral 3:1
	Tugon		
LINGGO 3	Lunes	Mangangaral 3:9 - 15	Mangangaral 3:14 - 15
	Martes	Mangangaral 3:16 - 22	Mangangaral 3:16 - 17
	Miyerkules	Mangangaral 4:1 - 6	Mangangaral 4:6
	Huwebes	Mangangaral 4:7 - 12	Mangangaral 4:9 - 10
	Biyernes	Mangangaral 4:13 - 16	Mangangaral 4:13
	Tugon		
LINGGO 4	Lunes	Mangangaral 5:1 -7	Mangangaral 5:4 - 5
	Martes	Mangangaral 5:8 - 17	Mangangaral 5:10 - 12
	Miyerkules	Mangangaral 5:18 - 20	Mangangaral 5:19
	Huwebes	Mangangaral 6:1 - 6	Mangangaral 6:1 - 2
	Biyernes	Mangangaral 6:7 - 12	Mangangaral 6:10 – 12
	Tugon		
LINGGO 5	Lunes	Mangangaral 7:1 - 6	Mangangaral 7:1
	Martes	Mangangaral 7:7 13	Mangangaral 7:11 - 12
	Miyerkules	Mangangaral 7:14 - 18	Mangangaral 7:14
	Huwebes	Mangangaral 7:19 - 24	Mangangaral 7:19 - 20
	Biyernes	Mangangaral 7:25 - 29	Mangangaral 7:27 - 29
	Tugon		
LINGGO 6	Lunes	Mangangaral 8:1 - 9	Mangangaral 8:4 - 5
	Martes	Mangangaral 8:10 - 13	Mangangaral 8:12
	Miyerkules	Mangangaral 8:14 - 15	Mangangaral 8:15
	Huwebes	Mangangaral 8:16 - 17	Mangangaral 8:16 - 17
	Biyernes	Mangangaral 9:1 - 6	Mangangaral 9:1
	Tugon		
LINGGO 7	Lunes	Mangangaral 9:7 - 10	Mangangaral 9:10
	Martes	Mangangaral 9:11 - 18	Mangangaral 9:17 - 18
	Miyerkules	Mangangaral 10:1 - 7	Mangangaral 10:1 - 2
	Huwebes	Mangangaral 10:8 - 15	Mangangaral 10:12 - 13
	Biyernes	Mangangaral 10:16 - 20	Mangangaral 10:18
	Tugon		
LINGGO 8	Lunes	Mangangaral 11:1 - 4	Mangangaral 11:4
	Martes	Mangangaral 11:5 - 10	Mangangaral 11:8
	Miyerkules	Mangangaral 12:1 - 8	Mangangaral 12:1 - 2
	Huwebes	Mangangaral 12:9 - 12	Mangangaral 12:11
	Biyernes	Mangangaral 12:13 - 14	Mangangaral 12:13 - 14
	Tugon		

Mga Layunin

Naniniwala kami na ito ay mahalaga na isulat ang mga layunin para sa bawat session. Magtabi ng ilang oras at magsulat ng tatlong mga layunin na nais mong mag-pocus sa session na ito, simula sa paggising sa bawat araw ay basahin ang Santong Sulat - . Kaya susunod na pagtapos ng walo na lingo meron tayong balikan na mga layunin natin. Kaya natin eto!

Ang aking mga layunin para sa session na ito ay:

1.

2.

3.

Prima: ____

Petcha: ____________________

Pasimula Ukol Sa Aklat ng Mangangaral

Sa panahon ngayon, tila ang karamihan ng mg Kristiyano ay pinaguukulan ng pansin ang pag aaral sa Bagong Tipan kaysa sa Lumang Tipan. Ngunit ang pagbabasa ng Bagong Tipan lamang ay maihahalintulad sa pagkain natin ng iisang grupo ng pagkain lamang na ang dulot nito ay higit na masama kaysa buti. Kailangan nating basahin at unawain ang Lumang Tipan, kung bakit, ang kasagutan ay matatagpuan sa ROMANO 15: 4

Sapagka't ang anomang mga bagay na isinulat nang una ay nangasulat dahil sa ikatututo natin, upang sa pamamagitan ng pagtitiis at pagaliw ng mga kasulatan ay mangagkaroon tayo ng pagasa.

Ang itinuturing na may akda ng Mangangaral ay si Haring Solomon na anak ni David. Ngunit may mga nagsasabi rin na ang aklat ay naisulat matapos na ang panahon ni Haring Solomon at ang may akdang tunay ay hindi pa rin alam magpasa ngayon.

Sa kabuuan ang Mangangaral ay tumatalakay sa ating buhay na kasama ang Panginoon at sa buhay na wala ang presensiya ng Panginoon sa ating mga buhay.

Mapapansin din natin ang mga pag aaral na pinagtuunan ni Solomon ay kakaiba tulad ng mga sumusunod.

- Ang ating mundo ay kailanman ay hindi patas at puno ng kalayawan*
- Hindi tayo ang Dios kaya hindi natin siya nauunawaan*
- Ang katalinuhan ay mas mainam kaysa kadakilaan*
- Ang mga materyal na bagay ay hindi nagtatagal*
- Ang kamatayan ay dadating sa ating lahat*
- Ang tunay na kaligayahan ay wala sa materyal na aspeto ng buhay

Ang kabuuang aral ng Ecclesiastes ay nagsasaad na ang ating buhay ay walang kabuluhan kung tayo ay walang Dios sa ating mga puso. Sapagkat mahirap man o mayaman pag wala ang Dios sa ating buhay ay para lamang tayong hinuhulog sa hukay. Ang matalas na isip ay mabuti, ngunit ito ay pumupurol din. Ang katalinuhan ay kumukupas din. Ang kayamanan ay nakakatulong sa atin ngunit sa isang iglap ay maari lahat itong kunin o bawiin sa iba't ibang paraan sa atin.

Si Jesucristo ay siya ring kahapon at ngayon,
oo at magpakailan man.

Mga Hebreo 13:8

George Mylne, (1859)

Pagtingin sa Panginoon,

Jen

Linngo 1

Linngo 1 Layunin: (Mahahanap ito na nakalista sa ating blog post bawat Lunes):

Panalangin para sa linggo ito: Ang ating Pamilya

	Pagdarasal	Papuri
Lunes		
Martes		
Miyerkules		
Huwebes		
Biyernes		

Yaong nangyari ay siyang mangyayari; at yaong nagawa ay siyang magagawa: at walang bagong bagay sa ilalim ng araw.

Mangangaral 1:9

Panlinggong Salita ng Diyos Linngo 1

LUNES *MANGANGARAL 1:1 - 6*

Ang mga salita ng Mangangaral, na anak ni David, hari sa Jerusalem.
2 Walang kabuluhan ng mga walang kabuluhan, sabi ng Mangangaral; walang kabuluhan ng mga walang kabuluhan, lahat ay walang kabuluhan.
3 Anong pakinabang mayroon ang tao sa lahat ng kaniyang gawa, na kaniyang ginagawa sa ilalim ng araw?
4 Isang salin ng lahi ay yumayaon, at ibang salin ng lahi ay dumarating; nguni't ang lupa ay nananatili magpakailan man.
5 Ang araw naman ay sumisikat, at ang araw ay lumulubog, at nagmamadali sa dakong sinisikatan nito.
6 Ang hangin ay yumayaon sa dakong timugan, at pumipihit sa hilagaan: at laging pumipihit na patuloy, at ang hangin ay bumabalik uli ayon sa kaniyang pihit.

MARTES *V7-11*

7 Lahat ng mga ilog ay humuhugos sa dagat, gayon may hindi napupuno ang dagat; sa dakong hinuhugusan ng mga ilog, doon din nagsisihugos uli ang mga yaon.
8 Lahat ng mga bagay ay puspos ng pagaalapaap; hindi maisasaysay ng tao: ang mata ay hindi nasisiyahan ng pagtingin, ni ang tainga man ay nasisiyahan sa pakikinig.
9 Yaong nangyari ay siyang mangyayari; at yaong nagawa ay siyang magagawa: at walang bagong bagay sa ilalim ng araw.
10 May bagay ba na masasabi ang mga tao, Tingnan mo, ito'y bago? nayari nga sa mga panahon na una sa atin.
11 Walang alaala sa mga dating lahi; ni magkakaroon man ng alaala sa mga huling salin ng lahi na darating, sa mga yaon na darating pagkatapos.

MIYERKULES *V12 – 18*

12 Akong Mangangaral ay naging hari sa Israel sa Jerusalem.
13 At inihilig ko ang aking puso na hanapin at siyasatin sa pamamagitan ng karunungan ang lahat na nagawa sa silong ng langit: mahirap na pagdaramdam na ito ang ibinigay ng Dios sa mga anak ng mga tao, upang pagsanayan.
14 Aking nakita ang lahat na gawa, na nagawa sa ilalim ng araw; at, narito, lahat ay walang kabuluhan at nauuwi sa wala.
15 Ang baluktot ay hindi matutuwid: at ang kulang ay hindi mabibilang.
16 Ako'y sumangguni sa aking sariling puso, na sinasabi ko, Narito, nagtamo ako sa akin ng malaking karunungan ng higit kay sa lahat na nauna sa akin sa Jerusalem: oo, ang puso ko'y nagtaglay ng

malaking kabihasnan sa karunungan at kaalaman.
17 At inihilig ko ang aking puso na makaalam ng karunungan, at makaalam ng kaululan at ng kamangmangan: aking nahalata na ito man ay nauuwi sa wala.
18 Sapagka't sa maraming karunungan at maraming kapanglawan: at siyang nananagana sa kaalaman ay nananagana sa kapanglawan.

HUWEBES *MANGANGARAL 2:1 – 8*

Sinabi ko sa aking puso: Pumarito ka ngayon, Susubukin kitang may kasayahan; kaya't magsawa ka sa kalayawan: at narito, ito rin ay walang kabuluhan.
2 Aking sinabi tungkol sa tawa, Ito'y ulol: at sa kasayahan, Anong ginagawa nito?
3 Aking siniyasat sa aking puso na kung paanong masasayahan ang aking katawan sa pamamagitan ng alak, pinapatnubayan pa ng karunungan ang aking puso at kung paanong hahawak sa kamangmangan, hanggang sa aking makita kung ano ang mabuti sa mga anak ng mga tao na marapat nilang gawin sa silong ng langit sa lahat ng mga kaarawan ng kanilang buhay.
4 Gumawa ako sa ganang akin ng mga malaking gawa; nagtayo ako sa ganang akin ng mga bahay; nagtanim ako sa ganang akin ng mga ubasan;
5 Gumawa ako sa ganang akin ng mga halamanan at mga liwasan, at aking tinamnan ng mga sarisaring puno ng kahoy na nagkakabunga:
6 Gumawa ako sa ganang akin ng mga tipunan ng tubig, upang dumilig ng gubat na pagtatamnan ng mga puno ng kahoy:
7 Ako'y bumili ng mga aliping lalake at babae, at nagkaroon ako ng mga aliping ipinanganak sa aking bahay; nagkaroon din naman ako ng mga malaking pag-aari na mga bakahan at mga kawan, ng higit kay sa lahat na nauna sa akin sa Jerusalem:
8 Nagtipon din ako sa ganang akin ng pilak at ginto, at ng tanging kayamanan ng mga hari at ng mga lalawigan: nagtatangkilik ako sa akin ng mga lalaking mangaawit at mga babaing mangaawit, at ng mga kalayawan ng mga anak ng mga tao, mga sarisaring instrumento ng musiko iya'y totoong marami.

BIYERNES *V9 – 11*

9 Sa gayo'y naging dakila ako, at lumago ako ng higit kay sa lahat na nauna sa akin sa Jerusalem: ang akin namang karunungan ay namamalagi sa akin.
10 At anomang ninasa ng aking mga mata ay hindi ko ipinagkait: hindi ko pinigil ang aking puso sa anomang kagalakan, sapagka't nagagalak ang aking puso dahil sa lahat kong gawain; at ito ang aking bahagi na mula sa lahat kong gawain.
11 Nang magkagayo'y minasdan ko ang lahat ng mga gawa, na ginawa ng aking mga kamay, at ang gawain na aking pinagsikapang gawin; at, narito, lahat ay walang kabuluhan at nauuwi sa wala, at walang pakinabang sa ilalim ng araw.

Lunes

Basahin: Mangangaral 1:1-6
Soap: Mangangaral 1:1-2

Santong Sulat - Isulat ang mga berso na pinagaralan natin.

Mga Obserbasyon - Magsulat ng isa o dalawang obserbasyon mula sa mga berso na binasa at napagaralan natin.

Lunes

Aplikasyon - Magsulat ng isa o dalawang aplikasyon mula sa mga berso na binasa at napagaralan natin.

Pagdasal - Magsulat ng panalangin mula sa berso na binasa at napagaralan natin.

- Bisitahin Bisitahin ang website blog post. -

Martes

Basahin: Mangangaral 1:7-11
Soap: Mangangaral 1:9-10

Santong Sulat - Isulat ang mga berso na pinagaralan natin.

Mga Obserbasyon - Magsulat ng isa o dalawang obserbasyon mula sa mga berso na binasa at napagaralan natin.

Martes

Aplikasyon - Magsulat ng isa o dalawang aplikasyon mula sa mga berso na binasa at napagaralan natin.

Pagdasal - Magsulat ng panalangin mula sa berso na binasa at napagaralan natin.

Miyerkules

Basahin: Mangangaral 1:12-18
Soap: Mangangaral 1:17-18

Santong Sulat - Isulat ang mga berso na pinagaralan natin.

Mga Obserbasyon - Magsulat ng isa o dalawang obserbasyon mula sa mga berso na binasa at napagaralan natin.

Miyerkules

Aplikasyon - Magsulat ng isa o dalawang aplikasyon mula sa mga berso na binasa at napagaralan natin.

Pagdasal - Magsulat ng panalangin mula sa berso na binasa at napagaralan natin.

- Bisitahin Bisitahin ang website blog post. -

Huwebes

Basahin: Mangangaral 2:1-8
Soap: Mangangaral 2:1-2

Santong Sulat - Isulat ang mga berso na pinagaralan natin.

Mga Obserbasyon - Magsulat ng isa o dalawang obserbasyon mula sa mga berso na binasa at napagaralan natin.

Huwebes

Aplikasyon - Magsulat ng isa o dalawang aplikasyon mula sa mga berso na binasa at napagaralan natin.

Pagdasal - Magsulat ng panalangin mula sa berso na binasa at napagaralan natin.

Biyernes

Basahin: Mangangaral 2:9-11
Soap: Mangangaral 2:11

Santong Sulat - Isulat ang mga berso na pinagaralan natin.

Mga Obserbasyon - Magsulat ng isa o dalawang obserbasyon mula sa mga berso na binasa at napagaralan natin.

Biyernes

Aplikasyon - Magsulat ng isa o dalawang aplikasyon mula sa mga berso na binasa at napagaralan natin.

Pagdasal - Magsulat ng panalangin mula sa berso na binasa at napagaralan natin.

- Bisitahin Bisitahin ang website blog post. -

Gunita at mga Tanong

1. Ano ang pangkalahatang impresyon ni Solomon sa buhay?

2. Ano ang pinaguukulan ng oras ni Solomon?

3. Basahin ang Mangangaral 1:17 at ihambing ito sa Kawikaan 4:7.

4. Ano ano ang mga pinagkakaabalahan ni Solomon ayon sa Mangangaral 2:1-11?

5. Ano ang sinusubukan mong hanapin na halaga ng buhay?

Ang Aking Tugon

Linngo 2

Linngo 2 Layunin: (Mahahanap ito na nakalista sa ating blog post bawat Lunes):

Panalangin para sa linggo ito: Ang Ating Bayan

Pagdarasal	Papuri

Lunes

Martes

Miyerkules

Huwebes

Biyernes

Sa bawa't bagay ay may kapanahunan, at panahon sa bawa't panukala sa silong ng langit:

Mangangaral 3:1

Panlinggong Salita ng Diyos Linngo 2

LUNES *MANGANGARAL 2:12 - 17*

12 At ako'y pumihit upang masdan ang karunungan, at ang kaululan at ang kamangmangan;
sapagka't ano ang magagawa ng tao na sumusunod sa hari? samakatuwid baga'y ang nagawa na
laong panahon ng nakaraan.
13 Nang magkagayo'y aking nakita, na ang karunungan ay humihigit sa kamangmangan, na gaya
ng liwanag na humihigit sa dilim.
14 Ang mga mata ng pantas ay na sa kaniyang ulo, at ang mangmang ay lumalakad sa kadiliman: at
gayon ma'y aking namalas na isang pangyayari ang nangyari sa kanilang lahat.
15 Nang magkagayo'y sinabi ko sa puso ko, Kung ano ang nangyari sa mangmang gayon ang
mangyayari sa akin; at bakit pa nga ako naging lalong pantas? Nang magkagayo'y sinabi ko sa puso
ko, na ito man ay walang kabuluhan.
16 Sapagka't kung paano sa pantas ay gayon din sa mangmang, walang alaala magpakailan man;
dangang sa mga araw na darating ay malilimutang lahat na. At kung paanong ang pantas ay
namamatay ay gayon ang mangmang!
17 Sa gayo'y ipinagtanim ko ang buhay; sapagka't ang gawa na ginawa sa ilalim ng araw ay mapanglaw
sa akin: sapagka't lahat ay walang kabuluhan at nauuwi sa wala.

MARTES *V18 - 19*

18 At ipinagtanim ko ang lahat kong gawa na aking ginawa sa ilalim ng araw: yamang marapat kong
iwan sa tao na susunod sa akin.
19 At sinong nakakaalam kung siya'y magiging isang pantas o isang mangmang? gayon ma'y
magpupuno siya sa lahat ng aking gawa, na aking ginawa, at sa aking pinagpakitaan ng karunungan
sa ilalim ng araw. Ito man ay walang kabuluhan.

MIYERKULES *V20 - 23*

20 Kaya't ako'y bumalik upang aking alisan ng pagasa ang aking puso tungkol sa lahat na gawa na
aking ginawa sa ilalim ng araw.
21 Sapagka't may tao, na ang gawa ay sa pamamagitan ng karunungan, at ng kaalaman, at ng
kabihasnan; gayon ma'y sa tao na hindi gumawa niyaon ay iiwan niya na pinakabahagi niyaon. Ito
man ay walang kabuluhan at malaking kasamaan.
22 Sapagka't ano ang tinatamo ng tao sa lahat niyang gawa, at sa nais ng kaniyang puso na kaniyang
iginawa sa ilalim ng araw?
23 Sapagka't lahat niyang kaarawan ay mga kapanglawan lamang, at ang kaniyang pagdaramdam ay
hapis; oo, pati sa gabi ay hindi nagpapahinga ang kaniyang puso. Ito man ay walang kabuluhan.

HUWEBES *V24 - 26*

24 Walang maigi sa tao kundi ang kumain at uminom, at pagalaking mabuti ang kaniyang kaluluwa
sa kaniyang gawa. Ito man ay aking nakita na mula sa kamay ng Dios.
25 Sapagka't sinong makakakain, o sinong makapagtataglay ng kagalakang higit kay sa akin?
26 Sapagka't ang tao na kinaluluguran niya, binibigyan ng Dios ng karunungan, at kaalaman, at
kagalakan: nguni't ang makasalanan ay binibigyan niya ng damdam, na magpisan at magbunton,
upang maibigay sa kaniya na kinaluluguran ng Dios. Ito man ay walang kabuluhan at nauuwi sa
wala.

BIYERNES *3:1 – 8*

3 Sa bawa't bagay ay may kapanahunan, at panahon sa bawa't panukala sa silong ng langit:
2 Panahon ng kapanganakan, at panahon ng kamatayan; panahon ng pagtatanim, at panahon ng
pagbunot ng itinanim;
3 Panahon ng pagpatay, at panahon ng pagpapagaling; panahon ng paggiba, at panahon ng
pagtatayo;
4 Panahon ng pagiyak, at panahon ng pagtawa; panahon ng pagtangis, at panahon ng pagsayaw;
5 Panahon ng paghahagis ng mga bato, at panahon ng pagpipisan ng mga bato; panahon ng
pagyakap, at panahon ng pagpipigil sa pagyakap;
6 Panahon ng paghanap, at panahon ng pagkawala: panahon ng pagiingat, at panahon ng
pagtatapon;
7 Panahon ng pagpunit, at panahon ng pananahi; panahon ng pagtahimik, at panahon ng pagsasalita;
8 Panahon ng pagibig, at panahon ng pagtatanim; panahon ng digma, at panahon ng kapayapaan.

Lunes

Basahin: Mangangaral 2:12-17
Soap: Mangangaral 2:12-13

Santong Sulat - Isulat ang mga berso na pinagaralan natin.

Mga Obserbasyon - Magsulat ng isa o dalawang obserbasyon mula sa mga berso na binasa at napagaralan natin.

Lunes

Aplikasyon - Magsulat ng isa o dalawang aplikasyon mula sa mga berso na binasa at napagaralan natin.

Pagdasal - Magsulat ng panalangin mula sa berso na binasa at napagaralan natin.

- Bisitahin Bisitahin ang website blog post. -

Martes

Basahin: Mangangaral 2:18-19
Soap: Mangangaral 2:18-19

Santong Sulat - Isulat ang mga berso na pinagaralan natin.

Mga Obserbasyon - Magsulat ng isa o dalawang obserbasyon mula sa mga berso na binasa at napagaralan natin.

Martes

Aplikasyon - Magsulat ng isa o dalawang aplikasyon mula sa mga berso na binasa at napagaralan natin.

Pagdasal - Magsulat ng panalangin mula sa berso na binasa at napagaralan natin.

Miyerkules

Basahin: Mangangaral 2: 20-23
Soap: Mangangaral 2:20-21

Santong Sulat - Isulat ang mga berso na pinagaralan natin.

Mga Obserbasyon - Magsulat ng isa o dalawang obserbasyon mula sa mga berso na binasa at napagaralan natin.

Miyerkules

Aplikasyon - Magsulat ng isa o dalawang aplikasyon mula sa mga berso na binasa at napagaralan natin.

Pagdasal - Magsulat ng panalangin mula sa berso na binasa at napagaralan natin.

- Bisitahin Bisitahin ang website blog post. -

Huwebes

Basahin: Mangangaral 2:24-26
Soap: Mangangaral 2:24-25

Santong Sulat - Isulat ang mga berso na pinagaralan natin.

Mga Obserbasyon - Magsulat ng isa o dalawang obserbasyon mula sa mga berso na binasa at napagaralan natin.

Huwebes

Aplikasyon - Magsulat ng isa o dalawang aplikasyon mula sa mga berso na binasa at napagaralan natin.

Pagdasal - Magsulat ng panalangin mula sa berso na binasa at napagaralan natin.

Biyernes

Basahin: Mangangaral 3:1-8
Soap: Mangangaral 3:1

Santong Sulat - Isulat ang mga berso na pinagaralan natin.

Mga Obserbasyon - Magsulat ng isa o dalawang obserbasyon mula sa mga berso na binasa at napagaralan natin.

Biyernes

Aplikasyon - Magsulat ng isa o dalawang aplikasyon mula sa mga berso na binasa at napagaralan natin.

Pagdasal - Magsulat ng panalangin mula sa berso na binasa at napagaralan natin.

- Bisitahin Bisitahin ang website blog post. -

Gunita at mga Tanong

1. Ano ang mga nabanggit ni Solomon ayon sa karunungan at kamangmangan sa Mangangaral 2:16?

2. Bakit kaya ito napuno ng galit sa buhay? (Mangangaral 2:1-7)

3. Ano ang halaga ng pagsusumikap?

4. Ang Mangangaral 3: 1-8 ay tanyag, ano ang isinasaad nito ukol sa Diyos at tao?

5. Paano nakakaapekto ang naturang kabanata at talata ng Ecclesiastes sa ating buhay?

Ang Aking Tugon

Linngo 3

Linngo 3 Layunin: (Mahahanap ito na nakalista sa ating blog post bawat Lunes):

Panalangin para sa linggo ito: Ang Ating Mga Kaibigan

	Pagdarasal	*Papuri*
Lunes		
Martes		
Miyerkules		
Huwebes		
Biyernes		

9 Dalawa ay maigi kay sa isa;
sapagka't sila'y may mabuting
kagantihan sa kanilang gawa. 10
Sapagka't kung sila'y mabuwal,
ibabangon ng isa ang kaniyang
kasama; nguni't sa aba niya, na
nagiisa pagka siya'y nabuwal,
at walang iba na magbangon sa
kaniya.

Mangangaral 4:9 –10

Panlinggong Salita ng Diyos Linngo 3

LUNES *V9 - 15*

9 Anong pakinabang ang tinatamo niya, na gumagawa sa kaniyang pinagpapagalan?
10 Aking nakita ang sakit na ibinigay ng Dios sa mga anak ng mga tao upang pagsanayan.
11 Ginawa niya ang bawa't bagay na maganda sa kapanahunan niyaon: inilagay rin niya ang
sanglibutan sa kanilang puso, na anopa't hindi matalos ng tao ang gawa na ginawa ng Dios mula
sa pasimula hanggang sa wakas.
12 Nalalaman ko, na walang maigi sa kanila, kay sa magalak, at gumawa ng mabuti habang sila'y
nabubuhay.
13 At ang bawa't tao rin naman ay marapat kumain at uminom, at magalak sa kabutihan sa lahat
niyang gawa, siyang kaloob ng Dios.
14 Nalalaman ko, na anomang ginagawa ng Dios, magiging magpakailan pa man: walang bagay
na maidadagdag, o anomang bagay na maaalis: at ginawa ng Dios, upang ang tao ay matakot sa
harap niya.
15 Ang nangyari sa nagdaan ay nangyari na; at ang mangyayari pa ay nangyari na rin; at hinahanap
uli ng Dios ang nakaraan na.

MARTES *V16 - 22*

16 At bukod dito'y aking nakita sa ilalim ng araw, sa dako ng kahatulan, na nandoon ang kasamaan;
at sa dako ng katuwiran, na nandoon ang kasamaan.
17 Sinabi ko sa puso ko, Hahatulan ng Dios ang matuwid at ang masama: sapagka't may panahon
doon sa bawa't panukala at sa bawa't gawa.
18 Sinabi ko sa puso ko, Dahil sa mga anak ng mga tao, upang subukin sila ng Dios, at upang
kanilang makita na sila'y mga hayop lamang.
19 Sapagka't ang nangyayari sa mga anak ng mga tao ay nangyayari sa mga hayop: sa makatuwid
baga'y isang bagay ang nangyari sa kanila: kung paanong namamatay ang hayop, gayon namamatay
ang tao; oo, silang lahat ay may isang hininga; at ang tao ay wala ng karangalang higit sa hayop:
sapagka't lahat ay walang kabuluhan.
20 Lahat ay nagsisiyaon sa isang dako; lahat ay buhat sa alabok, at lahat ay nangauuwi sa alabok uli.
21 Sinong nakakaalam ng diwa ng tao kung napaiilanglang, at ng diwa ng hayop kung napaiibaba
sa lupa?
22 Kaya't aking nakita, na walang bagay na maigi, kundi ang tao ay magalak sa kaniyang mga
gawa; sapagka't siyang kaniyang bahagi: sapagka't sinong magbabalik sa kaniya upang makita ang
mangyayari pagkamatay niya?

MIYERKULES *4:1 - 6*

4 Nang magkagayo'y pumihit ako, at aking nakita ang lahat na kapighatian na nagawa sa ilalim ng araw: at, narito, ang mga luha ng mga yaon, na napipighati, at wala silang mangaaliw: at sa siping ng mga mamimighati sa kanila ay may kapangyarihan, nguni't wala silang mangaaliw.
2 Kaya't aking pinuri ang patay na namatay na, ng higit kay sa may buhay na nabubuhay pa;
3 Oo, maigi kay sa kanila kapuwa ang hindi ipinanganganak, na hindi nakakita ng masamang gawa na nagawa sa ilalim ng araw.
4 Nang magkagayo'y nakita ko ang lahat na gawa, at bawa't gawang mainam na dahil dito ay pinananaghilian ang tao ng kaniyang kapuwa. Ito man ay walang kabuluhan at nauuwi sa wala.
5 Inihahalukipkip ng mangmang ang kaniyang mga kamay, at kumakain ng kaniyang sariling laman.

HUWEBES *V7 - 12*

6 Maigi ang isang dakot na may katahimikan, kay sa dalawang dakot na may kahirapan at walang kabuluhan.
7 Nang magkagayo'y bumalik ako at aking nakita ang walang kabuluhan sa ilalim ng araw.
8 May isa na nagiisa, at siya'y walang pangalawa; oo, siya'y walang anak o kapatid man; gayon ma'y walang wakas sa lahat niyang gawa, ni nasisiyahan man ang kaniyang mga mata sa mga kayamanan. Dahil kanino nga, sabi niya, nagpapagal ako, at binabawahan ko ang aking kaluluwa ng mabuti? Ito man ay walang kabuluhan, oo, mahirap na damdam.
9 Dalawa ay maigi kay sa isa; sapagka't sila'y may mabuting kagantihan sa kanilang gawa.
10 Sapagka't kung sila'y mabuwal, ibabangon ng isa ang kaniyang kasama; nguni't sa aba niya, na nagiisa pagka siya'y nabuwal, at walang iba na magbangon sa kaniya.
11 Muli, kung ang dalawa ay mahigang magkasama, may init nga sila: nguni't paanong makapagpapainit ang isa na nagiisa?
12 At kung ang isang tao ay manaig laban sa kaniya na nagiisa, ang dalawa ay makalalaban sa kaniya; at ang panaling tatlong ikid ay hindi napapatid na madali.

BIYERNES *V13 - 16*

13 Maigi ang dukha at pantas na bata kay sa matanda at mangmang na hari, na hindi nakakaalam ng pagtanggap ng payo pa.
14 Sapagka't mula sa bilangguan ay lumabas siya upang maghari; oo, sa kaniyang kaharian nga ay ipinanganak siyang dukha.
15 Aking nakita ang lahat na may buhay, na nagsisilakad sa ilalim ng araw, na sila'y kasama ng bata, ng ikalawa, na tumatayo na kahalili niya.
16 Walang wakas sa lahat ng bayan, sa makatuwid baga'y sa lahat na pinaghaharian niya: gayon ma'y silang darating pagkatapos ay hindi mangagagalak sa kaniya.Tunay na ito man ay walang kabuluhan at nauuwi sa wala.

Lunes

Basahin: Mangangaral 3:9-15
Soap: Mangangaral 3:14-15

Santong Sulat - Isulat ang mga berso na pinagaralan natin.

Mga Obserbasyon - Magsulat ng isa o dalawang obserbasyon mula sa mga berso na binasa at napagaralan natin.

Lunes

Aplikasyon - Magsulat ng isa o dalawang aplikasyon mula sa mga berso na binasa at napagaralan natin.

Pagdasal - Magsulat ng panalangin mula sa berso na binasa at napagaralan natin.

- Bisitahin Bisitahin ang website blog post. -

Martes

Basahin: Mangangaral 3:16-22
Soap: Mangangaral 3:16-17

Santong Sulat - Isulat ang mga berso na pinagaralan natin.

Mga Obserbasyon - Magsulat ng isa o dalawang obserbasyon mula sa mga berso na binasa at napagaralan natin.

Martes

Aplikasyon - Magsulat ng isa o dalawang aplikasyon mula sa mga berso na binasa at napagaralan natin.

Pagdasal - Magsulat ng panalangin mula sa berso na binasa at napagaralan natin.

Miyerkules

Basahin: Mangangaral 4:1-6
Soap: Mangangaral 4:6

Santong Sulat - Isulat ang mga berso na pinagaralan natin.

Mga Obserbasyon - Magsulat ng isa o dalawang obserbasyon mula sa mga berso na binasa at napagaralan natin.

Miyerkules

Aplikasyon - Magsulat ng isa o dalawang aplikasyon mula sa mga berso na binasa at napagaralan natin.

Pagdasal - Magsulat ng panalangin mula sa berso na binasa at napagaralan natin.

- Bisitahin Bisitahin ang website blog post. -

Huwebes

Basahin: Mangangaral 4:7-12
Soap: Mangangaral 4:9-10

Santong Sulat - Isulat ang mga berso na pinagaralan natin.

Mga Obserbasyon - Magsulat ng isa o dalawang obserbasyon mula sa mga berso na binasa at napagaralan natin.

Huwebes

Aplikasyon - Magsulat ng isa o dalawang aplikasyon mula sa mga berso na binasa at napagaralan natin.

Pagdasal - Magsulat ng panalangin mula sa berso na binasa at napagaralan natin.

Biyernes

Basahin: Mangangaral 4:13-16
Soap: Mangangaral 4:13

Santong Sulat - Isulat ang mga berso na pinagaralan natin.

Mga Obserbasyon - Magsulat ng isa o dalawang obserbasyon mula sa mga berso na binasa at napagaralan natin.

Biyernes

Aplikasyon - Magsulat ng isa o dalawang aplikasyon mula sa mga berso na binasa at napagaralan natin.

Pagdasal - Magsulat ng panalangin mula sa berso na binasa at napagaralan natin.

- Bisitahin Bisitahin ang website blog post. -

Gunita at mga Tanong

1. Ayon sa Mangangaral 3: 1-3, anong regalo ang bigay ng Panginoon sa atin?

2. Ayon sa Mangangaral 3:18,bakit sinusubukan ng Diyos ang tao?

3. Bakit hinahambing ni Solomon ang tao sa hayop ayon sa Mangangaral 3:19-20?

4. Ano ang isinasaad ng ikaapat na kabanata ng Mangangaral?

5. Sa Mangangaral 4:9, isinasaad na ang dalawa ay higit na mabuti kaysa isa, ano ang pakahulugan nito? Ano ang kahalagahan ng pagkakaibigan?

Ang Aking Tugon

Linngo 4

Linngo 4 Layunin: (Mahahanap ito na nakalista sa ating blog post bawat Lunes):

Panalangin para sa linggo ito: Ang Ating Simbahan

	Pagdarasal	Papuri
Lunes		
Martes		
Miyerkules		
Huwebes		
Biyernes		

Kung paanong siya'y lumabas
sa bahay-bata ng kaniyang ina,
hubad na yayaon siya uli na
gaya ng siya'y dumating, at
hindi magdadala ng anoman sa
kaniyang nagawa, na kaniyang
madadala sa kaniyang kamay.

Mnagngaral 5:15

Panlinggong Salita ng Diyos Linngo 4

LUNES

MANGANGARAL 5:1 - 7

5 Ingatan mo ang iyong paa pagka ikaw ay napasasa bahay ng Dios; sapagka't ang paglapit upang
makinig ay maigi kay sa magbigay ng hain ng mga mangmang: sapagka't hindi nila nalalaman na
sila'y nagsisigawa ng kasamaan.
2 Huwag kang pakabigla ng iyong bibig, at huwag magmadali ang iyong puso na magsalita ng
anomang bagay sa harap ng Dios; sapagka't ang Dios ay nasa langit, at ikaw ay nasa lupa: kaya't
pakauntiin mo ang iyong mga salita.
3 Sapagka't ang panaginip ay dumarating sa karamihan ng gawain; at ang tinig ng mangmang sa
karamihan ng mga salita.
4 Pagka ikaw ay nananata ng panata sa Dios, huwag kang magliban ng pagtupad; sapagka't siya'y
walang kaligayahan sa mga mangmang: tuparin mo ang iyong ipinanata.
5 Maigi nga ang ikaw ay huwag manata, kay sa ikaw ay manata at hindi tumupad.
6 Huwag bayaan ang iyong bibig, na papagkasalanin ang iyong laman; at huwag ka mang magsabi
sa harap ng anghel, na isang kamalian: bakit nga magagalit ang Dios sa iyong tinig, at sisirain ang
gawa ng iyong mga kamay?
7 Sapagka't sa karamihan ng mga panaginip ay may kawalangkabuluhan, at sa maraming mga salita:
nguni't matakot ka sa Dios.

MARTES

V8 - 17

8 Kung iyong nakikita ang kapighatian ng dukha, at ang karahasang pagaalis ng kahatulan at
kaganapan sa isang lalawigan, huwag mong kamanghaan ang bagay: sapagka't ang lalong mataas
kay sa mataas ay nagmamasid; at may lalong mataas kay sa kanila.
9 Bukod dito, ay sa lahat ang pakinabang sa lupa: ang hari man ay pinaglilingkuran ng bukid.
10 Siyang umiibig sa pilak ay hindi masisiyahan sa pilak; o siya mang umiibig sa kasaganaan ng
pakinabang: ito man ay walang kabuluhan.
11 Pagka ang mga pag-aari ay nagsisidami, ay nagsisidami silang nagsisikain ng mga yaon: at anong
pakinabang mayroon ang may-ari niyaon, kundi ang mamasdan ng kaniyang mga mata?
12 Ang tulog ng manggagawang tao ay mahimbing, maging siya'y kumain ng kaunti o marami:
nguni't ang kasaganaan ng yaman ay hindi magpapatulog sa kaniya.
13 May malubhang kasamaan na aking nakita sa ilalim ng araw, ito nga, ang mga yamang iningatan
ng may-ari niyaon sa kapahamakan niya.
14 At ang mga yamang yaon ay nawawala ng masamang pangyayari; at kung siya'y magkaanak ng
lalake, walang maiiwan sa kaniyang kamay.
15 Kung paanong siya'y lumabas sa bahay-bata ng kaniyang ina, hubad na yayaon siya uli na gaya
ng siya'y dumating, at hindi magdadala ng anoman sa kaniyang nagawa, na kaniyang madadala sa
kaniyang kamay.
16 At ito man ay malubhang kasamaan, na kung paano siya dumating ay gayon siya yayaon: at
anong pakinabang mayroon siya, na gumagawa sa hangin?
17 Lahat ng mga araw naman niya ay ikinakain niya sa kadiliman, at siya'y totoong nayayamot, at
may sakit at pag-iinit.

MIYERKULES *V18 - 20*

[18] Narito, na aking nakita na mabuti at ukol sa isa ang kumain at uminom, at magalak sa kabutihan
sa lahat niyang gawa na kaniyang ginawa sa ilalim ng araw lahat ng mga kaarawan ng kaniyang
buhay na ibinigay sa kaniya ng Dios: sapagka't ito'y kaniyang bahagi.
[19] Bawa't tao rin naman na binigyan ng Dios ng mga kayamanan at mga pag-aari, at binigyan ng
kapangyarihan na kumain niyaon, at kumuha ng kaniyang bahagi, at magalak sa kaniyang gawa,
ito'y kaloob ng Dios.
[20] Sapagka't hindi niya aalalahaning lubha ang mga kaarawan ng kaniyang buhay; sapagka't sinasagot
siya ng Dios sa kagalakan ng kaniyang puso.

HUWEBES *MANGANGARAL 6:1 – 6*

[6] May kasamaan na nakita ako sa ilalim ng araw, at mabigat sa mga tao:
[2] Ang tao na binibigyan ng Dios ng mga kayamanan, pag-aari, at karangalan, na anopa't walang
kulang sa kaniyang kaluluwa sa lahat niyang ninanasa, gayon ma'y hindi binibigyan siya ng Dios
ng kapangyarihan na kumain niyaon, kundi iba ang kumakain niyaon; ito'y walang kabuluhan, at
masamang sakit.
[3] Kung ang isang tao ay magkaanak ng isang daan, at mabuhay na maraming taon, na anopa't
ang mga kaarawan ng kaniyang mga taon ay dumami, nguni't ang kaniyang kaluluwa ay hindi
mabusog ng mabuti, at bukod dito ay wala siyang pangpalibing; aking sinasabing maigi ang isang
naagas kay sa kaniya:
[4] Sapagka't dumarating na walang kabuluhan, at yumayaon sa kadiliman, at ang pangalan niyaon
ay natatakpan ng kadiliman;
[5] Bukod dito ay hindi nakita ang araw o nakilala man; ito'y may kapahingahang maigi kay sa isa;
[6] Oo, bagaman siya'y mabuhay na isang libong taon na makalawang masaysay, at hindi man nagalak
na mabuti: hindi ba nagsisiyaon ang lahat sa iisang dako?

BIYERNES *V7 - 12*

[7] Lahat ng gawa ng tao ay para sa kaniyang bibig, at gayon ma'y ang panglasa ay hindi nasisiyahan.
[8] Sapagka't anong pakinabang mayroon ang pantas na higit sa mangmang? o anong pakinabang
mayroon ang dukha na maalam lumakad sa harap ng mga buhay?
[9] Maigi ang paningin ng mga mata kay sa pagdidilidili; ito man ay walang kabuluhan at nauuwi
sa wala.
[10] Anomang nangyari, ang pangalan niyaon ay natawag nang malaon, at kilala na siya'y tao: ni
hindi maaaring makipagtalo siya sa lalong makapangyarihan kay sa kaniya.
[11] Yamang maraming bagay na nangagdaragdag ng walang kabuluhan, ano ang lalong ikinaigi ng
tao?
[12] Sapagka't sinong nakakaalam kung ano ang mabuti sa tao sa kaniyang buhay, lahat ng mga
kaarawan ng kaniyang walang kabuluhang buhay na kaniyang ginugol na gaya ng anino? sapagka't
sinong makapagsasaysay sa tao kung ano ang mangyayari pagkamatay niya sa ilalim ng araw?

Lunes

Basahin: Mangangaral 5:1-7
Soap: Mangangaral 5:4-5

Santong Sulat - Isulat ang mga berso na pinagaralan natin.

Mga Obserbasyon - Magsulat ng isa o dalawang obserbasyon mula sa mga berso na binasa at napagaralan natin.

Lunes

Aplikasyon - Magsulat ng isa o dalawang aplikasyon mula sa mga berso na binasa at napagaralan natin.

Pagdasal - Magsulat ng panalangin mula sa berso na binasa at napagaralan natin.

- Bisitahin Bisitahin ang website blog post. -

Martes

Basahin: Mangangaral 5:8-17
Soap: Mangangaral 5:10-12

Santong Sulat - Isulat ang mga berso na pinagaralan natin.

Mga Obserbasyon - Magsulat ng isa o dalawang obserbasyon mula sa mga berso na binasa at napagaralan natin.

Martes

Aplikasyon - Magsulat ng isa o dalawang aplikasyon mula sa mga berso na binasa at napagaralan natin.

Pagdasal - Magsulat ng panalangin mula sa berso na binasa at napagaralan natin.

Miyerkules

Basahin: Mangangaral 5:18-20
Soap: Mangangaral 5:19

Santong Sulat - Isulat ang mga berso na pinagaralan natin.

Mga Obserbasyon - Magsulat ng isa o dalawang obserbasyon mula sa mga berso na binasa at napagaralan natin.

Miyerkules

Aplikasyon - Magsulat ng isa o dalawang aplikasyon mula sa mga berso na binasa at napagaralan natin.

Pagdasal - Magsulat ng panalangin mula sa berso na binasa at napagaralan natin.

- Bisitahin Bisitahin ang website blog post. -

Huwebes

Basahin: Mangangaral 6:1-6
Soap: Mangangaral 6:1-2

Santong Sulat - Isulat ang mga berso na pinagaralan natin.

Mga Obserbasyon - Magsulat ng isa o dalawang obserbasyon mula sa mga berso na binasa at napagaralan natin.

Huwebes

Aplikasyon - Magsulat ng isa o dalawang aplikasyon mula sa mga berso na binasa at napagaralan natin.

Pagdasal - Magsulat ng panalangin mula sa berso na binasa at napagaralan natin.

Biyernes

Basahin: Mangangaral 6:7-12
Soap: Mangangaral 6:10-11

Santong Sulat - Isulat ang mga berso na pinagaralan natin.

Mga Obserbasyon - Magsulat ng isa o dalawang obserbasyon mula sa mga berso na binasa at napagaralan natin.

Biyernes

Aplikasyon - Magsulat ng isa o dalawang aplikasyon mula sa mga berso na binasa at napagaralan natin.

Pagdasal - Magsulat ng panalangin mula sa berso na binasa at napagaralan natin.

- Bisitahin Bisitahin ang website blog post. -

Gunita at mga Tanong

1. Ano ang naisasakripisyo ng mga mangmang ayon sa Mangangaral 5:1?

2. Ano ang ibig sabihin ng pagkakaroon ng takot sa Diyos? Paano mo mapapalawig ang iyong sarili sa aspetong ito?

3. Bakit maituturing na kalayawan ang pera at karangyaan?

4. Sa Mangangaral 5:18, isinasaad na tayo ay magsaya sa mga gawain na bigay ng Diyos, itala ang mga gawaing ito na lagi nating ginagawa. Masaya ka bang ginagawa ito? Kung hindi, paano maaaring maging masaya ang paggawa?

5. Sa Mangangaral 6:3-4, may mga nakakagulat na pahayag si Solomon, ano ang kahulugan ng mga talatang ito.

Ang Aking Tugon

Linngo 5

Linngo 5 Layunin: (Mahahanap ito na nakalista sa ating blog post bawat Lunes):

Panalangin para sa linggo ito: Ang Ating Mga Misyonero

Pagdarasal	*Papuri*
Lunes	
Martes	
Miyerkules	
Huwebes	
Biyernes	

Sa kaarawan ng kaginhawahan
ay magalak ka, at sa kaarawan
ng kahirapan ay gumunita ka:
oo, ginawa ng Dios ang isa sa
siping ng isa, upang ang tao
ay huwag makasumpong ng
anomang bagay na mangyayari
pagkamatay niya.

Mangangaral 7:14

Panlinggong Salita ng Diyos Linngo 5

LUNES *MANGANGARAL 7:1 – 6*

7 Ang mabuting pangalan ay maigi kay sa mahalagang unguento; at ang kaarawan ng kamatayan kay sa kaarawan ng kapanganakan.
2 Maigi ang pasa bahay ng tangisan, kay sa bahay ng pistahan: sapagka't siyang wakas ng lahat ng mga tao; at ilalagak ng may buhay sa kaniyang puso.
3 Kapanglawan ay maigi kay sa pagtawa: sapagka't sa kapanglawan ng mukha ay sumasaya ang puso.
4 Ang puso ng pantas ay nasa bahay ng tangisan; nguni't ang puso ng mangmang ay nasa bahay ng kasayahan.
5 Maigi ang makinig ng saway ng pantas kay sa isang tao'y makinig ng awit ng mga mangmang.
6 Sapagka't kung paano ang lagitik ng mga tinik sa ilalim ng palyok, gayon ang tawa ng mangmang: ito ma'y walang kabuluhan.

MARTES *V7 - 13*

7 Tunay na nagpapamangmang sa pantas ang pagkapighati; at ang suhol ay sumisira ng unawa.
8 Maigi ang wakas ng isang bagay kay sa pasimula niyaon: at ang matiising loob ay maigi kay sa palalong loob.
9 Huwag kang magagalitin sa iyong kalooban: sapagka't ang galit ay nagpapahinga sa sinapupunan ng mga mangmang.
10 Huwag mong sabihin, Ano ang kadahilanan na ang mga unang araw ay maigi kay sa mga ito? sapagka't hindi ka naguusisang may katalinuhan tungkol dito.
11 Karunungan ay mabuting gaya ng mana: oo, lalong marilag sa ganang kanila na nakakakita ng araw.
12 Sapagka't ang karunungan ay sanggalang, sa makatuwid baga'y gaya ng salapi na sanggalang: nguni't ang karilagan ng kaalaman, ay iniingatan ng karunungan ang buhay niya na nagtatangkilik niyaon.

MIYERKULES *V14 - 18*

13 Gunitain mo ang gawa ng Dios: sapagka't sinong makapagtutuwid ng ginawa niyang baluktot?
14 Sa kaarawan ng kaginhawahan ay magalak ka, at sa kaarawan ng kahirapan ay gumunita ka: oo, ginawa ng Dios ang isa sa siping ng isa, upang ang tao ay huwag makasumpong ng anomang bagay na mangyayari pagkamatay niya.
15 Lahat ng ito ay nakita ko sa mga kaarawan ng aking walang kabuluhan: may matuwid na namamatay sa kaniyang katuwiran, at may masama na humahaba ang buhay sa kaniyang masamang gawa.
16 Huwag kang lubhang magpakamatuwid; ni huwag ka mang lubhang magpakapantas: bakit

sisirain mo ang iyong sarili?
17 Huwag kang magpakasamang lubha, ni magpakamangmang man: bakit ka mamamatay bago
dumating ang iyong kapanahunan?
18 Mabuti na ikaw ay manghawak dito; oo, doon man ay huwag mong iurong ang iyong kamay:
sapagka't siyang natatakot sa Dios ay lalayo sa lahat na yaon.

HUWEBES *V19 - 24*

19 Karunungan ay kalakasan sa pantas, na higit kay sa sangpung pinuno na nangasa bayan.
20 Tunay na walang matuwid sa lupa, na gumagawa ng mabuti, at hindi nagkakasala.
21 Huwag ka rin namang makinig sa lahat ng mga salita na sinasalita, baka marinig mong sinusumpa
ka ng iyong alipin:
22 Sapagka't madalas ding nalalaman ng iyong sariling puso, na ikaw ay sumumpa rin sa mga iba.
23 Lahat ng ito ay tinikman ko sa karunungan: aking sinabi, Ako'y magiging pantas: nguni't malayo
sa akin.
24 Ang nilikha ay malayo at totoong malalim; sinong makaaabot?

BIYERNES *V25 - 29*

25 Ako'y pumihit at inilagak ang aking puso na umalam, at sumiyasat, at humanap ng karunungan,
at ng kadahilanan ng mga bagay, at umalam na ang kasamaan ay kamangmangan, at ang
kamangmangan ay kaululan:
26 At nakasumpong ako ng bagay na lalong mapait kay sa kamatayan, sa makatuwid baga'y ang
babae na ang puso ay mga silo at mga bitag, at ang kaniyang mga kamay ay gaya ng mga panali:
ang nalulugod sa Dios ay tatakas sa kaniya; nguni't ang makasalanan ay makukuha niya.
27 Narito, ito'y aking nasumpungan, sabi ng Mangangaral, na iniaagapay ang isang bagay sa iba,
upang matagpuan ang kadahilanan:
28 Na hinahanap pa ng aking kaluluwa, nguni't hindi ko nasumpungan: isang tao sa isang libo ang
aking nasumpungan; nguni't isang babae sa lahat ng mga yaon ay hindi ko nasumpungan.
29 Narito, ito lamang ang aking nasumpungan, na ginawang matuwid ng Dios ang tao; nguni't
nagsihanap sila ng maraming katha.

Lunes

Basahin: Mangangaral 7:1-6
Soap: Mangangaral 7:1

Santong Sulat - Isulat ang mga berso na pinagaralan natin.

Mga Obserbasyon - Magsulat ng isa o dalawang obserbasyon mula sa mga berso na binasa at napagaralan natin.

Lunes

Aplikasyon - Magsulat ng isa o dalawang aplikasyon mula sa mga berso na binasa at napagaralan natin.

Pagdasal - Magsulat ng panalangin mula sa berso na binasa at napagaralan natin.

- Bisitahin Bisitahin ang website blog post. -

Martes

Basahin: Mangangaral 7:7-13
Soap: Mangangaral 7:11-12

Santong Sulat - Isulat ang mga berso na pinagaralan natin.

Mga Obserbasyon - Magsulat ng isa o dalawang obserbasyon mula sa mga berso na binasa at napagaralan natin.

Martes

Aplikasyon - Magsulat ng isa o dalawang aplikasyon mula sa mga berso na binasa at napagaralan natin.

Pagdasal - Magsulat ng panalangin mula sa berso na binasa at napagaralan natin.

Miyerkules

Basahin: Mangangaral 7:14-18
Soap: Mangangaral 7:14

Santong Sulat - Isulat ang mga berso na pinagaralan natin.

Mga Obserbasyon - Magsulat ng isa o dalawang obserbasyon mula sa mga berso na binasa at napagaralan natin.

Miyerkules

Aplikasyon - Magsulat ng isa o dalawang aplikasyon mula sa mga berso na binasa at napagaralan natin.

Pagdasal - Magsulat ng panalangin mula sa berso na binasa at napagaralan natin.

- Bisitahin Bisitahin ang website blog post. -

Huwebes

Basahin: Mangangaral 7:19-24
Soap: Mangangaral 7:19-20

Santong Sulat - Isulat ang mga berso na pinagaralan natin.

Mga Obserbasyon - Magsulat ng isa o dalawang obserbasyon mula sa mga berso na binasa at napagaralan natin.

Huwebes

Aplikasyon - Magsulat ng isa o dalawang aplikasyon mula sa mga berso na binasa at napagaralan natin.

Pagdasal - Magsulat ng panalangin mula sa berso na binasa at napagaralan natin.

Biyernes

Basahin: Mangangaral 7:25-29
Soap: Mangangaral 7:27-29

Santong Sulat - Isulat ang mga berso na pinagaralan natin.

Mga Obserbasyon - Magsulat ng isa o dalawang obserbasyon mula sa mga berso na binasa at napagaralan natin.

Biyernes

Aplikasyon - Magsulat ng isa o dalawang aplikasyon mula sa mga berso na binasa at napagaralan natin.

Pagdasal - Magsulat ng panalangin mula sa berso na binasa at napagaralan natin.

- Bisitahin Bisitahin ang website blog post. -

Gunita at mga Tanong

1. “Bakit ang pagluluksa ay higit na mabuti kaysa pagsasaya at ang labis na kalungkutan ay mas mabuti kaysa sa pagtawa?” (Mangangaral.7:1-4)

2. Gumawa ng talaan ng kung ano ang maituturing na katalinuhan o karunungan at kung ano naman ang maituturing na kahangalan?

3. Bakit labis na nakakasama ang galit ayon sa amangangaral 7:9?

4. Sa Mangangaral 7:16,tayo ay pinangangaralan na huwag maging sobrang mapagmalinis at labis na mapagmarunong, ito ba ay posible? Ano ang nais iparating ni Solomon ukol dito?

5. Pagkatapos ng matinding pagninilay at obserbasyon, ano ang nabuong kaisipan ni Solomon ayon sa Mangangaral 7:29?

Ang Aking Tugon

Linngo 6

Linngo 6 Layunin: (Mahahanap ito na nakalista sa ating blog post bawat Lunes):

Panalangin para sa linggo ito: Magukol ng mga oras na magpasalamat sa Diyos para sa kung paano siya ay nagtatrabaho sa iyong buhay.

	Pagdarasal	Papuri
Lunes		
Martes		
Miyerkules		
Huwebes		
Biyernes		

Bagaman ang makasalanan ay gumawa ng kasamaan na makaisang daan, at humaba ang kaniyang buhay, gayon ma'y tunay, na talastas ko, na ikabubuti nilang nangatatakot sa Dios, na nangatatakot sa harap niya:

Mangangaral 8:12

Panlinggong Salita ng Diyos Linngo 6

LUNES ***MANGANGARAL 8:1 – 9***

8 Sino ang gaya ng pantas na lalake? at sinong nakakaalam ng kahulugan ng isang bagay? Ang
karunungan ng tao ay nagpapasilang ng kaniyang mukha, at ang katigasan ng kaniyang mukha ay
nababago.
2 Ipinapayo ko sa iyo, ingatan mo ang utos ng hari, at siya'y dahil sa sumpa ng Dios.
3 Huwag kang magmadaling umalis sa kaniyang harapan; huwag kang mamalagi sa masamang
bagay: sapagka't kaniyang ginagawa ang anomang kaniyang kalugdan.
4 Sapagka't ang salita ng hari ay may kapangyarihan; at sinong makapagsasabi sa kaniya, Anong
ginagawa mo?
5 Ang nagiingat ng utos ay hindi makakaalam ng masamang bagay; at ang puso ng pantas ay
nagbubulay ng panahon at kahatulan:
6 Sapagka't sa bawa't panukala ay may kapanahunan at kahatulan; sapagka't ang karalitaan ng tao
ay malaki sa kaniya:
7 Sapagka't hindi niya nalalaman ang mangyayari; sapagka't sinong makapagsasaysay sa kaniya,
kung paanong mangyayari?
8 Walang tao na may kapangyarihan sa diwa upang pumigil ng diwa; ni walang kapangyarihan siya
sa kaarawan ng kamatayan; at walang dahilan sa pakikipagpunyaging yaon: ni maililigtas siya ng
kasamaan, na taglay niya.
9 Lahat ng ito ay nakita ko, at inihilig ko ang aking puso sa bawa't gawa, na nagawa sa ilalim ng
araw: may panahon na ang isa ay may kapangyarihan sa isa sa kaniyang kapahamakan.

MARTES ***V10 - 13***

10 At gayon din nakita ko ang masama na nakalibing, at nagsidating sa hukay; at silang nagsigawa
ng matuwid ay nagsialis sa dakong banal, at nalimutan sa bayan: ito man ay walang kabuluhan.
11 Sapagka't ang hatol laban sa masamang gawa ay hindi isinasagawa agad, kaya't ang puso ng mga
anak ng mga tao ay lubos na nangalalagak sa paggawa ng kasamaan.
12 Bagaman ang makasalanan ay gumawa ng kasamaan na makaisang daan, at humaba ang kaniyang
buhay, gayon ma'y tunay, na talastas ko, na ikabubuti nilang nangatatakot sa Dios, na nangatatakot
sa harap niya:
13 Nguni't hindi ikabubuti ng masama, ni hahaba man ang kaniyang buhay na parang isang anino;
sapagka't siya'y hindi natatakot sa harap ng Dios.

MIYERKULES *V14 - 15*

[14] May walang kabuluhan na nangyayari sa lupa; na may mga matuwid na tao na kinapapangyarihan
ng ayon sa gawa ng masama; muli, may mga masamang tao na kinapapangyarihan ng ayon sa gawa
ng matuwid; aking sinabi, na ito man ay walang kabuluhan.
[15] Nang magkagayo'y pinuri ko ang kalayawan, sapagka't ang tao ay walang maiging bagay sa ilalim
ng araw, kundi ang kumain, at uminom, at magsaya: sapagka't tatahang kasama niya sa kaniyang
gawa lahat ng mga kaarawan ng kaniyang buhay na ibinigay ng Dios sa kaniya sa ilalim ng araw.

HUWEBES *V16 - 17*

[16] Nang aking ikiling ang aking puso upang makaalam ng karunungan, at upang makakita ng
gawain na ginagawa sa lupa: (sapagka't may hindi nakakakita ng tulog ng kahit araw o gabi man
ng kaniyang mga mata:)
[17] Namasdan ko nga ang lahat ng gawa ng Dios, na hindi matalastas ng tao ang gawa na ginagawa sa
ilalim ng araw: sapagka't sikaping mainam man ng tao na hanapin, ay hindi rin masusumpungan;
oo, bukod dito, bagaman isipin ng pantas na maalaman hindi rin niya masusumpungan.

BIYERNES *MANGANGARAL 9:1 – 6*

[9] Sapagka't lahat ng ito ay inilagak ko sa aking puso, upang siyasatin ang lahat ng ito; na ang
matuwid, at ang pantas, at ang kanilang mga gawa, ay nangasa kamay ng Dios: maging pagibig o
pagtatanim hindi nalalaman ng tao; lahat ay nangasa harap nila.
[2] Lahat ng mga bagay ay nagsisidating na parapara sa lahat: may isang pangyayari sa matuwid at
sa masama; sa mabuti, at sa malinis, at sa marumi; sa kaniyang naghahain at sa kaniyang hindi
naghahain: kung paano ang mabuti, gayon ang makasalanan; at ang sumusumpa, gaya ng natatakot
sa sumpa.
[3] Ito'y isang kasamaan sa lahat na nalikha sa ilalim ng araw, na may isang pangyayari sa lahat:
oo, gayon din, ang puso ng mga anak ng mga tao ay puspos ng kasamaan, at kaululan ang nasa
kanilang puso habang sila'y nangabubuhay, at pagkatapos niyaon ay napatutungo sa pagkamatay.
[4] Sapagka't sa kaniya, na napisan sa lahat na may buhay ay may pagasa: sapagka't ang buhay na aso
ay maigi kay sa patay na leon.
[5] Sapagka't nalalaman ng mga buhay, na sila'y mangamamatay: nguni't hindi nalalaman ng patay
ang anomang bagay ni mayroon pa man silang kagantihan; sapagka't ang alaala sa kanila ay
nakalimutan.
[6] Maging ang kanilang pagibig, gaya ng kanilang pagtatanim at ng kanilang pananaghili ay nawala
ngayon; na wala man silang anomang bahagi pa na magpakailan man sa anomang bagay na nagawa
sa ilalim ng araw.

Lunes

Basahin: Mangangaral 8:1-9
Soap: Mangangaral 8:4-5

Santong Sulat - Isulat ang mga berso na pinagaralan natin.

Mga Obserbasyon - Magsulat ng isa o dalawang obserbasyon mula sa mga berso na binasa at napagaralan natin.

Lunes

Aplikasyon - Magsulat ng isa o dalawang aplikasyon mula sa mga berso na binasa at napagaralan natin.

Pagdasal - Magsulat ng panalangin mula sa berso na binasa at napagaralan natin.

- Bisitahin Bisitahin ang website blog post. -

Martes

Basahin: Mangangaral 8:10-13
Soap: Mangangaral 8:12

Santong Sulat - Isulat ang mga berso na pinagaralan natin.

Mga Obserbasyon - Magsulat ng isa o dalawang obserbasyon mula sa mga berso na binasa at napagaralan natin.

Martes

Aplikasyon - Magsulat ng isa o dalawang aplikasyon mula sa mga berso na binasa at napagaralan natin.

Pagdasal - Magsulat ng panalangin mula sa berso na binasa at napagaralan natin.

Miyerkules

Basahin: Mangangaral 8:14-15
Soap: Mangangaral 8:15

Santong Sulat - Isulat ang mga berso na pinagaralan natin.

Mga Obserbasyon - Magsulat ng isa o dalawang obserbasyon mula sa mga berso na binasa at napagaralan natin.

Miyerkules

Aplikasyon - Magsulat ng isa o dalawang aplikasyon mula sa mga berso na binasa at napagaralan natin.

Pagdasal - Magsulat ng panalangin mula sa berso na binasa at napagaralan natin.

- Bisitahin Bisitahin ang website blog post. -

Huwebes

Basahin: Mangangaral 8:16-17
Soap: Mangangaral 8:16-17

Santong Sulat - Isulat ang mga berso na pinagaralan natin.

Mga Obserbasyon - Magsulat ng isa o dalawang obserbasyon mula sa mga berso na binasa at napagaralan natin.

Huwebes

Aplikasyon - Magsulat ng isa o dalawang aplikasyon mula sa mga berso na binasa at napagaralan natin.

Pagdasal - Magsulat ng panalangin mula sa berso na binasa at napagaralan natin.

Biyernes

Basahin: Mangangaral 9:1-6
Soap: Mangangaral 9:1

Santong Sulat - Isulat ang mga berso na pinagaralan natin.

Mga Obserbasyon - Magsulat ng isa o dalawang obserbasyon mula sa mga berso na binasa at napagaralan natin.

Biyernes

Aplikasyon - Magsulat ng isa o dalawang aplikasyon mula sa mga berso na binasa at napagaralan natin.

Pagdasal - Magsulat ng panalangin mula sa berso na binasa at napagaralan natin.

- Bisitahin Bisitahin ang website blog post. -

Gunita at mga Tânong

1. Ano ang naidudulot ng karunungan o kaalaman sa tao? (Mangangaral 8:1)

2. Bakit nasasabi ni Solomon na isaalangalang ang kautusan ng Hari? (Mangangaral 8:2)

3. Sa kabila ng may mga pagkakataon na mas mainam ang buhay ng mga masasama, bakit hindi rin ito magtatagal? Ano ang kahihinatnan ng mga taong may takot sa Diyos? (Mangangaral 8:10-13)

4. Ano ang itinuturo ng Aklat ng Ecclesiastes sa ating pag unawa at kaalaman tungkol sa Diyos?

5. Ano ang kasamaan na nangyayari sa lahat? (Eccl. 9:1-3) Bakit itinuturing itong kasamaan ni Solomon?

Ang Aking Tugon

Linngo 7

Linngo 7 Layunin: (Mahahanap ito na nakalista sa ating blog post bawat Lunes):

Panalangin para sa linggo ito: Pagisipan natin na kung paanp maipalit ang ating mga takot sa panalangin.

	Pagdarasal	Papuri
Lunes		
Martes		
Miyerkules		
Huwebes		
Biyernes		

Ang mga salita ng bibig ng pantas ay mapagbiyaya; nguni't ang mga labi ng mangmang ay lalamon sa kaniyang sarili.

Mangangaral 10:12

Panlinggong Salita ng Diyos Linngo 7

LUNES *MANGANGARAL 9:7 – 10*

7 Yumaon ka ng iyong lakad, kumain ka ng iyong tinapay na may kagalakan, at uminom ka ng
iyong alak na may masayang puso; sapagka't tinanggap na ng Dios ang iyong mga gawa.
8 Maging maputing lagi ang iyong mga suot; at huwag magkulang ng unguento ang iyong ulo.
9 Ikaw ay mabuhay na masaya na kalakip ng asawa na iyong iniibig sa lahat ng mga kaarawan ng
buhay ng iyong walang kabuluhan, na kaniyang ibinigay sa iyo sa ilalim ng araw, lahat ng mga
kaarawan ng iyong walang kabuluhan: sapagka't iyan ang iyong bahagi sa buhay, at sa iyong gawa
na iyong ginagawa sa ilalim ng araw.
10 Anomang masumpungang gawain ng iyong kamay, gawin mo ng iyong kapangyarihan; sapagka't
walang gawa, ni katha man, ni kaalaman man, ni karunungan man, sa Sheol, na iyong pinaparunan.

MARTES *V11 - 18*

11 Ako'y bumalik, at nakita ko sa ilalim ng araw, na ang paguunahan ay hindi sa mga matulin, ni
ang pagbabaka man ay sa mga malakas, ni sa mga pantas man ang tinapay, ni ang mga kayamanan
man ay sa mga taong naguunawa, ni ang kaloob man ay sa taong matalino; kundi ang panahon at
kapalaran ay mangyayari sa kanilang lahat.
12 Sapagka't hindi rin nalalaman ng tao ang kaniyang kapanahunan: kung paano ang mga isda na
nahuhuli sa masamang lambat, at kung paano ang mga ibon na nahuhuli sa bitag, gayon ang mga
anak ng mga tao, ay nasisilo sa masamang kapanahunan, pagka biglang nahuhulog sa kanila.
13 Nakita ko rin ang karunungan sa ilalim ng araw, sa ganitong anyo, at naging tila dakila sa akin:
14 Nagkaroon ng maliit na bayan, at iilan ang tao sa loob niyaon; at may dumating na dakilang hari
laban doon, at kumubkob, at nagtayo ng mga malaking tanggulan laban doon:
15 May nasumpungan nga roong isang dukhang pantas na lalake, at iniligtas niya ng kaniyang
karunungan ang bayan; gayon ma'y walang umalaala sa dukhang lalaking yaon.
16 Nang magkagayo'y sinabi ko, Karunungan ay maigi kay sa kalakasan: gayon ma'y karunungan ng
dukhang taong yaon ay hinamak, at ang kaniyang mga salita ay hindi dinidinig.
17 Ang mga salita ng pantas na sinalitang marahan ay narinig na higit kay sa hiyaw ng nagpupuno
sa mga mangmang.
18 Karunungan ay maigi kay sa mga sandata sa pakikipagdigma: nguni't ang isang makasalanan ay
sumisira ng maraming mabuti.

MIYERKULES *MANGANGARAL 10:1 – 7*

10 Ang mga patay na langaw ay nagpapabaho sa unguento ng manggagawa ng pabango: gayon ang
munting kamangmangan ay sumisira ng karunungan at karangalan.
2 Ang puso ng pantas na tao ay nasa kaniyang kanang kamay; nguni't ang puso ng mangmang ay
sa kaniyang kaliwa.
3 Oo gayon din, pagka ang mangmang ay lumalakad sa daan, ay nawawalan siya ng bait, at kaniyang

sinasabi sa bawa't isa, na siya'y isang ulol.
4 Kung ang diwa ng pinuno ay bumangon laban sa iyo, huwag kang umalis: sapagka't ang
pagpapakalumanay ay nagpapalikat ng mga malaking pagkagalit.
5 May isang kasamaan, na nakita ko sa ilalim ng araw na tila kamalian na nanggagaling sa pinuno:
6 Ang mangmang ay nauupo sa malaking karangalan, at ang mayaman ay nauupo sa mababang
dako.
7 Nakakita ako ng mga alipin na nakasakay sa mga kabayo, at ng mga pangulo na nagsisilakad sa
lupa na gaya ng mga alipin.

HUWEBES *V8 - 15*

8 Siyang humuhukay ng lungaw ay mahuhulog doon: at ang sumisira sa pader, ay kakagatin siya
ng ahas.
9 Ang tumatabas ng mga bato ay masasaktan niyaon; at ang pumapalakol ng kahoy ay napapanganib
doon.
10 Kung ang bakal ay pumurol, at hindi ihasa ninoman ang talim, marapat nga niyang gamitan ng
lalong kalakasan: nguni't ang karunungan ay pinakikinabangang magturo.
11 Kung ang ahas ay kumagat bago maenkanto, wala ngang kapakinabangan sa mangeenkanto.
12 Ang mga salita ng bibig ng pantas ay mapagbiyaya; nguni't ang mga labi ng mangmang ay
lalamon sa kaniyang sarili.
13 Ang pasimula ng mga salita ng kaniyang bibig ay kamangmangan: at ang wakas ng kaniyang
salita ay makamandag na kaululan.
14 Ang mangmang din naman ay nagpaparami ng mga salita: gayon ma'y hindi nalalaman ng tao
kung ano ang mangyayari; at ang mangyayari pagkamatay niya, sinong makapagsasaysay sa kaniya?
15 Ang gawa ng mga mangmang ay nagpapayamot sa bawa't isa sa kanila; sapagka't hindi niya
nalalaman kung paanong pagparoon sa bayan.

BIYERNES *V16 - 20*

16 Sa aba mo, Oh lupain, kung ang iyong hari ay isang bata, at ang iyong mga pangulo ay nagsisikain
sa umaga!
17 Mapalad ka, Oh lupain, kung ang iyong hari ay anak ng mga mahal na tao, at ang iyong mga
pangulo ay nagsisikain sa kaukulang panahon, sa ikalalakas, at hindi sa paglalasing!
18 Sa katamaran ay gumuguho ang bubungan; at di sa pagkilos ng mga kamay ay tumutulo ang
bahay.
19 Ang kapistahan ay ginagawa sa ikapagtatawa, at ang alak ay nagpapasaya sa buhay: at ang salapi
ay sumasagot sa lahat ng mga bagay.
20 Huwag mong sumpain ang hari, huwag, huwag sa iyong pagiisip; at huwag mong sumpain ang
mayaman sa iyong silid na tulugan: sapagka't isang ibon sa himpapawid ay magdadala ng tinig, at
ang may mga pakpak ay magsasaysay ng bagay.

Lunes

Basahin: Mangangaral 9:7-10
Soap: Mangangaral 9:10

Santong Sulat - Isulat ang mga berso na pinagaralan natin.

Mga Obserbasyon - Magsulat ng isa o dalawang obserbasyon mula sa mga berso na binasa at napagaralan natin.

Lunes

Aplikasyon - Magsulat ng isa o dalawang aplikasyon mula sa mga berso na binasa at napagaralan natin.

Pagdasal - Magsulat ng panalangin mula sa berso na binasa at napagaralan natin.

- Bisitahin Bisitahin ang website blog post. -

Martes

Basahin: Mangangaral 9:11-18
Soap: Mangangaral 9:17-18

Santong Sulat - Isulat ang mga berso na pinagaralan natin.

Mga Obserbasyon - Magsulat ng isa o dalawang obserbasyon mula sa mga berso na binasa at napagaralan natin.

Martes

Aplikasyon - Magsulat ng isa o dalawang aplikasyon mula sa mga berso na binasa at napagaralan natin.

Pagdasal - Magsulat ng panalangin mula sa berso na binasa at napagaralan natin.

Miyerkules

Basahin: Mangangaral 10:1-7
Soap: Mangangaral 10:1-2

Santong Sulat - Isulat ang mga berso na pinagaralan natin.

Mga Obserbasyon - Magsulat ng isa o dalawang obserbasyon mula sa mga berso na binasa at napagaralan natin.

Miyerkules

Aplikasyon - Magsulat ng isa o dalawang aplikasyon mula sa mga berso na binasa at napagaralan natin.

Pagdasal - Magsulat ng panalangin mula sa berso na binasa at napagaralan natin.

- Bisitahin Bisitahin ang website blog post. -

Huwebes

Basahin: Mangangaral 10:8-15
Soap: Mangangaral 10:12-13

Santong Sulat - Isulat ang mga berso na pinagaralan natin.

Mga Obserbasyon - Magsulat ng isa o dalawang obserbasyon mula sa mga berso na binasa at napagaralan natin.

Huwebes

Aplikasyon - Magsulat ng isa o dalawang aplikasyon mula sa mga berso na binasa at napagaralan natin.

Pagdasal - Magsulat ng panalangin mula sa berso na binasa at napagaralan natin.

Biyernes

Basahin: Mangangaral 10:16-20
Soap: Mangangaral 10:18

Santong Sulat - Isulat ang mga berso na pinagaralan natin.

Mga Obserbasyon - Magsulat ng isa o dalawang obserbasyon mula sa mga berso na binasa at napagaralan natin.

Biyernes

Aplikasyon - Magsulat ng isa o dalawang aplikasyon mula sa mga berso na binasa at napagaralan natin.

Pagdasal - Magsulat ng panalangin mula sa berso na binasa at napagaralan natin.

- Bisitahin Bisitahin ang website blog post. -

Gunita at mga Tanong

1. Muling binanggit ni Solomon ang pagtatrabaho, ano ang mga ipinayo niya ukol dito ayon sa Mangangaral 9:9-10?

2. Ayon sa amangangaral 9:13-18, paano naging mas mabuti ang karunungan kaysa kalakasan?

3. Sa anong paraan nagiging mas matimbang ang kamangmangan sa katalinuhan? (Mangangaral10:1)

4. Anong kapahamakan ang binibigyang babala ni Solomon sa Mangangaral10: 8-9?

5. Ano ang mga katotohanan patungkol sa katamaran ayon sa Mangangaral 10:18?

Ang Aking Tugon

Linngo 8

Linngo 8 Layunin: (Mahahanap ito na nakalista sa ating blog post bawat Lunes):

Panalangin para sa linggo ito: Papasalamatan natin ang Diyos para sa mga gawa Niya na ipabuti ang ating buhay.

	Pagdarasal	Papuri
Lunes		
Martes		
Miyerkules		
Huwebes		
Biyernes		

Ito ang wakas ng bagay; lahat
ay narinig: ikaw ay matakot sa
Dios, at sundin mo ang kaniyang
mga utos; sapagka't ito ang
buong katungkulan ng tao.

Mangangaral 12:13

Panlinggong Salita ng Diyos Linngo 8

LUNES *MANGNGARAL 11:1 – 4*

[11] Ihasik mo ang iyong tinapay sa tubigan: sapagka't iyong masusumpungan pagkaraan ng maraming araw.
[2] Magbigay ka ng bahagi sa pito, oo, sa walo; sapagka't hindi mo nalalaman kung anong kasamaan ang mangyayari sa lupa.
[3] Kung ang mga alapaap ay mapuno ng ulan, ay tumutulo sa lupa: at kung ang punong kahoy ay mabuwal sa dakong timugan, o sa dakong hilagaan sa dakong kabuwalan ng kahoy, ay doon ito mamamalagi.
[4] Ang nagmamalas sa hangin ay hindi maghahasik; at ang tumitingin sa mga alapaap ay hindi aani.

MARTES *V5 - 10*

[5] Kung paanong hindi mo nalalaman kung ano ang daan ng hangin o kung paano mang lumalaki ang mga buto sa bahay-bata ng buntis; gayon hindi mo nalalaman ang gawa ng Dios na gumagawa sa lahat.
[6] Ihasik mo sa umaga ang iyong binhi, at huwag mong iurong ang iyong kamay sa hapon; sapagka't hindi mo nalalaman kung alin ang tutubo, kung ito o yaon, o kung kapuwa magiging mabuti.
[7] Tunay na ang liwanag ay mainam, at masayang bagay sa mga mata na magsitingin sa araw.
[8] Oo, kung ang tao ay mabuhay ng maraming taon, magalak siya sa lahat ng yaon; nguni't alalahanin niya ang mga kaarawan ng kadiliman, sapagka't magiging marami. Lahat ng dumarating ay walang kabuluhan.
[9] Ikaw ay magalak, Oh binata, sa iyong kabataan: at pasayahin ka ng iyong puso sa mga kaarawan ng iyong kabataan, at lumakad ka ng mga lakad ng iyong kalooban, at sa paningin ng iyong mga mata: nguni't talastasin mo na dahil sa lahat ng mga bagay na ito ay dadalhin ka ng Dios sa kahatulan.
[10] Kaya't ilayo mo ang kapanglawan sa iyong puso, at alisin mo ang kasamaan sa iyong katawan: sapagka't ang kabataan at ang kasariwaan ng buhay ay walang kabuluhan.

MIYERKULES *MANGANGARAL 12:1 - 8*

[12] Alalahanin mo rin naman ang Maylalang sa iyo sa mga kaarawan ng iyong kabataan, bago dumating ang mga masamang araw, at ang mga taon ay lumapit, pagka iyong sasabihin, Wala akong kaluguran sa mga yaon;
[2] Bago ang araw, at ang liwanag, at ang buwan, at ang mga bituin ay magdilim, at ang mga alapaap ay magsibalik pagkatapos ng ulan.

[3] Sa kaarawan na ang mga tagapagingat ng bahay ay manganginginig, at ang mga malakas na
lalake ay mapapayukod, at ang mga manggigiling ay mangaglilikat sapagka't sila'y kaunti, at yaong
nagsisidungaw sa mga dungawan ay mangasisilaw,
[4] At ang mga pintuan ay sasarhan sa mga lansangan; pagka ang tunog ng giling ay humina, at ang
isa'y babangon sa tinig ng ibon, at lahat ng mga anak na babae ng tugtugin ay mabababa;
[5] Oo, sila'y mangatatakot sa mataas, at ang mga kakilabutan ay mapapasa daan; at ang puno ng
almendro ay mamumulaklak; at ang balang ay magiging pasan, at ang pita ay manglulupaypay:
sapagka't ang tao ay pumapanaw sa kaniyang malaong tahanan, at ang mga tagapanangis ay
nagsisigala sa mga lansangan:
[6] Bago ang panaling pilak ay mapatid, o ang mangkok na ginto ay mabasag, o ang banga ay
mabasag sa bukal, o ang gulong ay masira sa balon;
[7] At ang alabok ay mauuwi sa lupa gaya ng una, at ang diwa ay mababalik sa Dios na nagbigay sa
kaniya.
[8] Walang kabuluhan ng mga walang kabuluhan, sabi ng Mangangaral; lahat ay walang kabuluhan.

HUWEBES *V9 - 12*

[9] At bukod dito, sapagka't ang Mangangaral ay pantas, ay nagpatuloy siya ng pagtuturo ng kaalaman
sa bayan; oo, siya'y nagaral, at sumiyasat, at umayos ng maraming kawikaan.
[10] Humanap ang Mangangaral ng mga nakalulugod na salita, at ng nasusulat na matuwid, na mga
salita ng katotohanan.
[11] Ang mga salita ng pantas ay gaya ng mga tulis; at gaya ng mga pako na nakakapit na mabuti, ang
mga salita ng mga pangulo ng mga kapulungan, na nabigay mula sa isang pastor.
[12] At bukod dito, anak ko, maaralan ka: tungkol sa paggawa ng maraming aklat ay walang wakas;
at ang maraming pagaaral ay kapaguran ng katawan.

BIYERNES *V13 - 14*

[13] Ito ang wakas ng bagay; lahat ay narinig: ikaw ay matakot sa Dios, at sundin mo ang kaniyang
mga utos; sapagka't ito ang buong katungkulan ng tao.
[14] Sapagka't dadalhin ng Dios ang bawa't gawa sa kahatulan, pati ng bawa't kubling bagay, maging
ito'y mabuti o maging ito'y masama.

Lunes

Basahin: Mangangaral 11:1-4
Soap: Mangangaral 11:4

Santong Sulat - Isulat ang mga berso na pinagaralan natin.

Mga Obserbasyon - Magsulat ng isa o dalawang obserbasyon mula sa mga berso na binasa at napagaralan natin.

Lunes

Aplikasyon - Magsulat ng isa o dalawang aplikasyon mula sa mga berso na binasa at napagaralan natin.

Pagdasal - Magsulat ng panalangin mula sa berso na binasa at napagaralan natin.

- Bisitahin Bisitahin ang website blog post. -

Martes

Basahin: Mangangaral 11:5-10
Soap: Mangangaral 11:8

Santong Sulat - Isulat ang mga berso na pinagaralan natin.

Mga Obserbasyon - Magsulat ng isa o dalawang obserbasyon mula sa mga berso na binasa at napagaralan natin.

Martes

Aplikasyon - Magsulat ng isa o dalawang aplikasyon mula sa mga berso na binasa at napagaralan natin.

Pagdasal - Magsulat ng panalangin mula sa berso na binasa at napagaralan natin.

Miyerkules

Basahin: Mangangaral 12:1-8
Soap: Mangangaral 12:1-2

Santong Sulat - Isulat ang mga berso na pinagaralan natin.

Mga Obserbasyon - Magsulat ng isa o dalawang obserbasyon mula sa mga berso na binasa at napagaralan natin.

Miyerkules

Aplikasyon - Magsulat ng isa o dalawang aplikasyon mula sa mga berso na binasa at napagaralan natin.

Pagdasal - Magsulat ng panalangin mula sa berso na binasa at napagaralan natin.

- Bisitahin Bisitahin ang website blog post. -

Huwebes

Basahin: Mangangaral 12:9-12
Soap: Mangangaral 12:11

Santong Sulat - Isulat ang mga berso na pinagaralan natin.

Mga Obserbasyon - Magsulat ng isa o dalawang obserbasyon mula sa mga berso na binasa at napagaralan natin.

Huwebes

Aplikasyon - Magsulat ng isa o dalawang aplikasyon mula sa mga berso na binasa at napagaralan natin.

Pagdasal - Magsulat ng panalangin mula sa berso na binasa at napagaralan natin.

Biyernes

Basahin: Mangangaral 12:13-14
Soap: Mangangaral 12:13-14

Santong Sulat - Isulat ang mga berso na pinagaralan natin.

Mga Obserbasyon - Magsulat ng isa o dalawang obserbasyon mula sa mga berso na binasa at napagaralan natin.

Biyernes

Aplikasyon - Magsulat ng isa o dalawang aplikasyon mula sa mga berso na binasa at napagaralan natin.

Pagdasal - Magsulat ng panalangin mula sa berso na binasa at napagaralan natin.

- Bisitahin Bisitahin ang website blog post. -

Gunita at mga Tanong

1. Ayon sa Mangangaral kabanata 11, ang buhay ay pabago bago ng takbo, paano natin tatahakin ang buhay sa katotohanang ito?

2. Bakit binibigyang diin ni Solomon na nararapat nating alalahanin ang Diyos sa ating kabataan ayon sa Mangangaral 12:1?

3. Sa kabuuan ng aklat ng Mangangaral, bakit nasabi ni Solomon na ang buhay ay walang kabuluhan?

4. Ano ang nagbibigay kabuluhan sa buhay?

5. Ano ang mas dapat nating binibigyan ng importansiya o prayoridad?

Ang Aking Tugon

Printed in Dunstable, United Kingdom

91222223R00080